அகத்திரை

பதிப்பகம்

Agaththirai

Edited by Kishore Kumar

ISBN (Paperback) - 9789390724055

First Edition : 2021

Book Design by POETRY WORLD

அகத்திரை

தலைமை தொகுப்பாளர்

பார்கவி சிவபிரகாஷ்

தொகுப்பாளர்

கிஷோர் குமார் கதிர்வேல்

அகத்திரை

சமூகத்தில் இயல்பாகவும் கொடூரமாகவும் நிகழ்ந்து வரும் பாலியல் பெருங்கொடுமைகள் பற்றி கூறும் புத்தகம் இது. தன்னைப் போன்றே சதையும் ரத்தமும் கொண்டு இப்பூவுலகில் சமமாய் வாழ்ந்து வரும் பெண்கள், ஆடை, உடலமைப்பு, போன்ற அற்ப காரணங்களால் பாலியல் வண்கொடுமை செய்யப்படுகின்றனர். இனி வரும் சந்ததியினருக்கு முறையான பாலியல் கல்வியைக் கொடுத்து, இது போன்ற குற்றங்களை தவிர்ப்போம்.

தலைமை தொகுப்பாளர்

இவள் திருமதி.பார்கவி சிவபிரகாஷ், மஞ்சள் மாநகரமான ஈரோட்டை சேர்ந்தவள். இவள் புனைப்பெயர் "கவியின் கவிதை". கணிதவியல் முதுகலை பட்டம் முடித்தவள். இன்று தன் கனவுகளை முழு மனதோடு ஆர்வமாய் பின் தொடர்கிறாள்.

தனது இன்ஸ்டாகிராம் பக்கத்தில் (*@kaviyinkavithai*) ஏறத்தாழ *2500*க்கும் மேற்பட்ட குறுங்கவிதைகள், நீள்கவிதைகள் பல புனைந்துள்ளார். *Spectrum of thoughts*ல் இணை எழுத்தாளராகவும், தன் முதல் கவிதை திரட்டான *"Enticement of fondness*/காதலின் தாகங்கள்" தொகுத்துள்ளார். இப்பொழுது *Poetry World Organisation*ல் தலைமை தொகுப்பாளராய் பல கவிதை திரட்டனை வழங்கி வருகிறார்.

மறைமுக காதல்

புரிந்திடவில்லையோ
உனை போல் நானும்
என் காதலை மறைமுகமாய்
உன்னுள் சேர்க்க விரும்புவதை...

புரிந்தும் நடிக்கிறாயோ
இவளை இன்னும்
பேச வைத்து நம்
பழைய கணக்கை
தீர்த்து கொள்ள...

புரியாதது போலே
மறைத்து கொள்கிறாயோ
சிறியதாய் இவள் காதலை
வேடிக்கை கண்டு ரசிக்க...

எவையாயினும் சரி,
அவையாவும் ரசிக்கும்
விதம்தானடா எனக்கு
உன் பெயரை போன்றே...

கவியின் கவிதை

தொகுப்பாளர்

இவர் கிஷோர் குமார் கதிரிவேல், கொங்கு மண்டலமாகிய கோவை மாவட்டத்தை சேர்ந்தவர். கோவை மாவட்டம், கீரநத்தம் ஊராட்சியில் வசித்து வருகிறார். இவர் தற்போது கொங்குநாடு கலை மற்றும் அறிவியல் கல்லூரியில், இளங்கலை வணிகவியல் பிரிவில் இரண்டாம் ஆண்டு பயின்று வருகிறார். வணிகவியல் பிரிவில் பயின்றாலும் தாய்தமிழின் மீது தீராத பற்று கொண்டுள்ளார்.

அகத்திரையை அகற்று மனிதா

உழி கொண்டு செதுக்கும் கடவுள்

சிலையை மதிக்கிறாய் மனிதா

ஆனால் அதே இரத்தமும் சதையும் கொண்டு

சமமாய் வாழும் பெண்ணை மதிக்க மறப்பது ஏன்?

மானம் காக்கும் ஆடையே இதன் மூலக்காரணம் -

எனில்

எந்தவொரு ஆணின் ஆடையால்

பெண்கள் இத்தவறிழைப்பது இல்லையே

பெண்ணின் உடலமைப்பே அவளின்

இந்நிலைக்கு காரணமாயின்

அந்த அமைப்பை உருவாக்கிய

கடவுளை கொண்டாடுவது ஏன் மனிதா?

பசி தீர்க்க பால் தந்த அங்கமும் காமக்கூடம் ஆயிற்று

அவள் வயிற்றிலிருந்து வெளிவந்த

உறுப்பும் காமக்கூடம் ஆயிற்று

அகமென்னும் மனதை மூடியுள்ள

காமத்திரையை அகற்றிடு மனிதா!

கிஷோர் குமார் கதிரீவேல்

உள்ளடக்கம்

இதயமற்ற கொஞ்சுரன்

சில நொடி சிருங்காரம் ஒருவனைச் சிறுமைப்படுத்திவிடுகிறது. சிறு மலரினை வக்கிரம் நிறைந்த வண்டு வதைத்து சுகம் காண நினைக்கிறது. போனால் மறுபடியும் பெற முடியாத புதையல்களில் மனித உயிரும் ஒன்று. பால் மணம் மாறாத பிஞ்சு குழந்தைக்கு இவ்வுலகம் அழகான விளையாட்டு மைதானமாக தெரிந்தாலும், இதில் சில இதயமற்ற மனிதர்கள் வாழத்தான் செய்கிறார்கள். சிறார்கள் தெய்வத்திற்கு நிகராகப் பார்க்கப்படுவதினாலே ஏனோ சில சமயத்தில் அந்த தெய்வதிற்கு நீதியை சட்டமும் சமுதாயமும் தர மறுக்கிறது . சிறகை சூடி சொர்கத்தில் குடிக் கொண்ட சிறார்களின் பிஞ்சு முகத்தையும், விலைமதிப்பற்ற புன்னகையும் இப்பரணியில் மீண்டும் இரசிக்க வாய்க்குமா?

Dhayaalini Gunasaigaran

பாலியல் குற்றங்கள்

ஆதிமனிதனில் இருந்து பலவிதமான நாகரிகங்களை கடந்து வந்தாலும், இன்றும் பெண்கள் மீது அத்துமீறிய பாலியல் குற்றங்கள் நடந்து கொண்டே இருக்கிறது. பெண் தாய், மனைவி, மகள், பாட்டி என பலவிதமான பரிமாணங்கள் எடுக்கிறாள். ஒவ்வொரு வளர்ச்சியிலும் ஆணின் வளர்ச்சிக்கு ஆற்றலுக்கு உயிர் உடல் என அத்தனை முன்னேறத்திற்கும் ஆணிவேரே அவள்தான்.

அவள் இல்லையேல் இவ்வுயிர் இல்லை, இவ்வுலகமே இல்லை எனலாம். அவ்வாறுள்ள ஆதிபராசத்தியை வெறும் இச்சை பொருளாக பாவித்து அவர்களை ஒவ்வொரு இடத்திலும், சமயங்களிலும் அவமானப் படுத்துகின்ற ஆண்களை நினைக்கும் பொழுது, இந்த ஆண் உருவாகும் கருப்பையை அறுத்தெரிய தோன்றுகிறது.

பச்சிளங் குழந்தைகள் முதல் பாட்டி வரை உள்ளவர்களை இச்சை பொருளாக எண்ணி கொடுமை படுத்தி கொல்பவர்களை அதே இடத்தில் சுட்டுக் கொல்ல வேண்டும். அவர்களின் மீது கடுமையான சட்டங்களை கொண்டுவந்து குடும்பத்துடன் தூக்கில் தொங்கவிட வேண்டும்.

கடுமையான சட்டங்கள் வந்தால்தான் அந்த அயோக்கியர்களை, உடனிருப்பவர்கள் நல்வழி சொல்லி வளர்ப்பார்கள். அப்பொழுது தான் மனிதசமுதாயம் மேம்படும். பெண் போகப் பொருள் அல்ல; அவள் சக்தி, மகாகாளி. அவளை அழிப்பவர்களை மீசை பாரதியின் வேல்கொண்டு அழிப்பாள். வீருகொண்டெழுந்து இவ்வுலகை வெல்வாள். வழிவிடு மானிடா, அவள் வலிமறைய புத்துயிர் பெறவேண்டும், புதுவாழ்வு வாழ வேண்டும்.

வைகைச் செல்வி சே.உமா

பெண்மையை மதிப்போம்

பச்சிளம் குழந்தையிலிருந்து வயதான கிழவி வரை பாலியல் தொல்லைகளுக்கு உட்படுத்தப்படுகின்றனர். பெண்ணாய் பிறப்பது பெண்ணின் தவறன்று, ஆனால் ஒரு பெண் பாலியல் தொல்லைக்கு ஆளாக்கப்பட்டால் அது இச்சமூகத்தின் தவறு. பாலியல் குற்றங்களை தடுக்க எண்ணற்ற சட்டங்கள் இருப்பினும், பாலியல் குற்றங்கள் அதிகரிக்கும் பொழுது அச்சட்டங்கள் செயல்படுத்தப்படவில்லையோ என்ற சந்தேகம் எழுகிறது.

ஏராளமான சட்டங்கள் இருந்தாலும் ஒரு பெண்ணை பெண்ணாய் மதிக்கும் இயல்பு இச்சமூகத்திற்கு இருந்தால் மட்டுமே இச்சமூகம் சீரான நிலையில் இயங்கும். பெண் மென்மையானவள் என்றே அதிகமாக அக்காலத்திலிருந்து இக்காலம் வரை கவிஞர்கள் வரையறுத்ததால் தான் என்னவோ அப்பெண் தான் பிரசவ வலி, மாதவிடாய் வலியை தாங்கிக் கொண்டிருக்கிறாள் என்பதை அனைவரும் சிந்திக்க விழைய வில்லையோ?

எந்த ஒரு ஆணாலும் பெண் அனுபவிக்கும் பிரசவ வலியையோ மாதவிடாய் வலியையோ சில நிமிடம் கூட தாங்க முடியாது. பெண்ணை விட உடல்

வலிமை மிக்கவர்களாக ஆண்கள் இருப்பது பாதுகாக்கவே! துன்புறுத்துவதற்கன்று! ஒரு பெண் ஆணை காட்டிலும் மனவலிமை மிக்கவளாகத் திகழ்கிறாள். ஆண்களை குறை சொல்லவுமில்லை! பெண்களை மிகைபடுத்தவுமில்லை! நிதர்சனமான உண்மை யாதெனில் பெண்கள் ஆண்களிடமிருந்து பாதுகாப்பையே உணர வேண்டும்! பயம் அன்று!

சி.ஜீவஜோதி

பெண் சமூகம் உயரட்டும்

பால்மனம் மாறா பச்சைக் குழந்தைகள் முதல் பற்கள் இழந்த மூதாட்டி வரை காமமாய் காணும் கயவர்கள் உள்ளனர். கருவில் இருந்து பிறந்த குழந்தை இப்பூமியில் பல அதிசியங்களை காணும் முன்பே சில அரக்கர்கள் அதை அழிக்க பார்க்கின்றனர். பெண் பிள்ளையென்றால் கள்ளிப்பால் கொடுத்த காலமும் குழந்தை திருமணங்களும் பல போராட்டங்களுக்குப் பிறகு குறைந்தும் மறைந்தும் காணப்படும் இக்கால கட்டத்தில் இத்தகைய குற்றங்கள் மிகவும் அசிங்க பட வைக்கிறது.

நிலவில் நீர் இருக்கிறதா வேற்றுகிரகத்தில் மனிதர்கள் வாழ சாத்தியக்கூறு இருக்கிறதா என்பதை காண்பதற்கெல்லாம் விஞ்ஞானம் வளர்ச்சி அடையும். ஆனால் இந்த பூமியில் ஒரு பெண் சுதந்திரமாக செல்ல விஞ்ஞான வளர்ச்சி இல்லை. இதற்கு சமூகம் தரும் தீர்வு பெண்பிள்ளை ஏன் தனியே செல்ல வேண்டும்? ஏன் அதிகம் படிக்க வேண்டும்?

வீட்டுக்குள்ளே இருந்தால் அவர்கள் பத்திரமாக இருப்பார்கள் என்பது. பாவம் இக்குற்றங்களில் பல நமக்கு நெருங்கியவர்களால் நடப்பதே என்பதை அறியாதவர்கள். பெண்களின் உடையை பழி சொல்லுபவர்கள் சிலர். நான் அதை

அவமதிக்கவில்லை; சிறு குழந்தைகளின் உடைகளில் என்ன பிழை கண்டார்கள் என்று எனக்கு தெரியவில்லை.

இதற்கு தீர்வு என்ன? எனக்கு தெரிந்த தீர்வுகளுள் சில உடையிலும் நடையிலும் பெண்ணுக்கு வரைமுறை சொல்லும் சமூகம், உன்னை போல பெண்ணும் மனிதர் தான். அவளை காமமாய் பார்ப்பதை நிறுத்து என்று ஆணுக்கு சொல்ல வேண்டும். கர்ப்பு பெண்ணுக்கு மட்டும் அல்ல ஆணுக்கும் உரியது.

அது அவர்கள் வாழ்க்கை துணைக்கு தரும் அன்பு பரிசு. அதை அசிங்கபடுத்துகிறார்கள். ஒரு பெண் தனியே இருந்தால் அது வாய்ப்பில்ல, உங்களுடைய பொறுப்பு என்பதை மறக்காதீர்கள் நண்பர்களே.

Priyadharshini

பெண்களின் வலி

இப்பிரதேசத்தில் பெண்ணாக பிறந்தது அவள் குற்றமா? பெண்களுக்கு மட்டும் ஏன் இத்தனை துயரங்கள்? தாழ்த்தப்பட்ட சாதி பெண்கள் என்பதால், அவர்களை வதைப்பது ஏன்? இராமர் கோயில் உள்ள இடம், புனித இடம் என்றுதான் நினைத்தேன்.

ஆனால், அது உயர்ந்த சாதியில் பிறந்த மனித மிருகங்கள் வாழும் இடம் என்பதை இப்போது தான் உணர்ந்து கொண்டேன். அவளுக்கு நீதி கிடைத்ததா என்றால், உயிர் பிரிந்த உடலை கூட தாயின் கையில் தராமல் எரித்த தேசமடா அது. நீதி தர வேண்டிய காவல்துறை, அவள் உடலை கூட தரவில்லை. காவல்துறை அதிகாரிகளின் அதிகார போதைக்கு முதல் பலி இந்த ஏழை எளிய மக்களா?

கீழ் சாதி என்பதால் அவளும் ஓர் வீட்டின் பெண்தான் என்பதை நீ மறந்து விட்டாய். உங்களை சொல்லி என்ன செய்வது! ஆறு வயது சிறுமியை கூட விட்டு வைக்காத நீங்கள், பெண்களுக்கு மட்டும் மதிப்பு அளிப்பீர்களா? உடையில் குறை சொல்வாய், இல்லை என்றால் நடத்தையில் குறை கூறுவாய். ஆறு வயது சிறுமியிடம் என்ன குற்றம் கண்டாய் என கூறு?

Santhiya L

அந்த ஒரு நாள்

படிக்கும் செய்திகளையும்,

பார்க்கும் காட்சிகளையும்,

கண்மணி அவளது கதறல்களையும்,

கண்டும் காணாமலும் கடந்து போகிறோம்,

அடுத்தவன் வீட்டில் தானே நடந்தது என்ற

அலட்சியமோ?

அடுத்து உன் வீட்டில் நடக்க அரை மணி நேரம் கூட

ஆகாது,

இச்சை கொண்டு அலையும் இந்த நாட்டிலா,

இத்தனை கனவுகளை கொண்டு பறக்க எண்ணினோம்,

தெய்வங்களும் கவனமாகத் தான் இருக்க வேண்டும்,

கயவர்கள் சுற்றும் இப்புவியில்,

மது ஒழியும் நாள் கூட வந்து விடும் போல,

மாது அழியாத நாள் ஒன்று வாராது போலிருக்கு.

சதாக்ஷி சி

அழுக்கு

மனமெது உணர்வெது எனும்

அறிவை ஆட்கொள்ளா மூடரும் இங்கே தான்

மங்கை அவள் நகத்திலும் காமம் காணும்

கயவரும் இங்கே தான்

துப்பட்டா போடுங்கள் தோழி என சொல்லிவிட்டு

அங்கம் ஏதும் அசையுமா என்று

கண் வைக்கும் காரிருளும் இங்கே தான்

சமமாக பார்த்தாலும் பாவை அவள்

உள்ளம் மட்டுமல்ல புறமும் அழகு தான்

தெய்வம் என்று சொல்லி வைத்து

தாசி என்று அழைப்பதும்,

நிழலொான்றில் வரும் அவளை

தன் இரையென மேய்வதும்

இவ்வையகத்திற்கு மட்டுமல்ல

சுமந்த கருவறைக்கும் இழுக்கு தான்.

சாம்சிபி

அசுரன்

உன்னை நம்பி வந்தாள் வெளியே

போட்டாய் துணியின் மேல் பழியை

மூளையில் அசுரனின் கூச்சல்

திடீரென வந்த துணிச்சல்

ஹார்மோனின் அளவில்லா வளர்ச்சி

அந்த ஆண் ஒரு மிருகமாச்சி

காற்றில் விலகிய துணியா

தொட்டுப் பேசிய உணர்வா

ஸ்ரீ யின் அங்கம் சிதைத்த நீ

குருதி சிந்தியதுண்டா உன் அங்கம் வழி

அறு மாத குழந்தையிலும் நீ கண்ட கவர்ச்சி

கற்பு பொக்கிஷமன்று நீ சூரையாட மூடனே!

அது பறிபோகா ஆழமான உணர்வு

மனோஜ்குமார் சுந்தரராஜ்

அன்பு நெஞ்சம்

கங்கை காய்ந்து போகும்,

கானல் நீரும் உண்மையாகும்,

வாடாமல்லி வாடக் கூடும்,

வண்ண மலரும் வாசமிழக்கலாகும்.

வானம் வளையக் கூடும்,

வானவில் வண்ணம் கரைந்துபோகும்,

சித்திரை வெயிலும் குளிரும்,

மார்கழி வெண்பனியும் சுடும்.

உலக உயிரின் உள்ளத்தில்,

உறைவிடம் கொண்ட உண்மையன்பு,

இல்லாமல் போனால் இந்த,

உயிர்கள் வாழ்வது எதனால்?

துன்பம் கலைந்த வாழ்வாய்,

வையகத்தில் வாழும் காலம்வரை,

அகத்திரையில் அன்பென்ற ஓவியம்,

என்றும் ஒளிரட்டும் ... மனித வாழ்வு மலரட்டும்...!

மு.வசந்தகுமார்

அவளின் போர்க்களம்

மனிதனாய் பிறந்த
மிருகங்களின் வாழ்க்கை,
கொடூர வேட்டைக்கு
அமைந்த உடலின் இயற்கை;
ஒவ்வொரு நாளும்
அவளுக்கு போர்க்களம்,
உறவெனப் படுவது
உடலில் அடைக்கலம்!
இச்சைக்கு கொன்ற
பாலியல் வன்முறை,
வளர்த்து எடுத்தது
புதுயுக தலைமுறை!!
ஒழுக்கம் கெட்ட
உலகில் பிறப்பு,
என் மகளின் இறப்பு.

வெ.ஹேமந்த் குமார்

ஆறாம் வினை

பெண்ணாய் பிறந்ததே சாபமோ,

இல்லை முன்னோர் செய்த பாவமோ,

எட்டு வைக்கும் பிள்ளையையும்

காமத்தோடு தொட்டு பார்க்கும் மிருகத்தனம்

கொண்ட சில மனிதனின் சிந்தை தான்

பரிணாம வளர்ச்சியோ?

இல்லை அறிவியலின் எழுச்சியோ?

பெண் சிசுவை சிதைத்தான் என் முப்பாட்டன்,

பெண் பிஞ்சுகளை காமவெறியால்

சிதைக்கிறான் இக்கால காட்டான்;

தன் வீரத்தால் பெண்களை சிதைப்பவன் ஆணில்லை,

தன் அன்பால் அவர்களை காப்பவன் ஆண்மகன்;

மிருகத்திலிருந்து மனிதன் தோன்றினான் என

அறிவியல் கூற

அந்த மிருகத்திடம் கூட

இந்த மிருகத்தனம் இல்லையென்பதால்

அந்த அறிவியல் கூற்றும் பொய் தானோ..?

இது நம் ஆறாம் அறிவின் வினை தானோ..?

முகமது ரிஸ்வான்

இறுதிச்சடங்கு

எதிலும் கலப்படம் போல்

எங்கும் பாலியல்,

வெறிகொண்டவன் விழியிலேயே,

மதிகெட்டவன் சாலையில் இந்த சாக்கடையை மூட

அகத்திரையையும் அச்சமின்றி கையாளுகிறான்

குடிமகன் என்ற பெயரில் - ஆதியிலிருந்தே

அரைகுறையாகவே பழுது பார்த்தலின் வெளிப்பாடு,

"சாலையில் சீரழித்து விட்டது" இதில்

கோட்டையில் சிறுமியின் வன்கொடுமையை

பாக்ஸோ சட்டம் பாதுகாக்கப்படுகிறது

பதட்டம் வேண்டாம் - வாக்கியத்தின்

மூடத்தனம் உணராத நீ ஜடமாய் இருந்தாயோ?

புரிதலில்லாத பட்சத்தில்

இந்த குற்றத்தைக் குறைக்க முடிவு ஒன்றே

இறுதி சடங்கு!

Amirtha K

எலியும் சிங்கமும்

சிங்கத்தோட வால பிடிச்சு

எலி ஒன்னு தொங்குது.

ஒவ்வொரு நாளும்.

மாட்டிக்காம தப்பிக்கிது!

ஒவ்வொரு நாளும்!

சிங்கம் இங்க எலியாகுது!

எலி இங்க சிங்கமாகுது!

சிங்கமா இங்க சட்டம் இருக்குது.

எலியா இங்க

காம வெறி

பிடிச்ச காட்டேரி இருக்குது!!

ர.ஹரிஷ்குமார்

எது பெண்விடுதலை

அன்று பாரதி கண்ட கனவு பெண்விடுதலை கிட்டும் என்று
அனைவரும் சிந்திப்போம் இதைப் பற்றி கொஞ்சம் நின்று
எது பெண்விடுதலை?
பெண்கள் வீட்டைவிட்டு வெளியேறுவதா
பெண்விடுதலை
நெஞ்சில் எந்தவித பயமும் இன்றி
ஒவ்வொரு பெண்ணும் வெளியே சென்று
வீடு திரும்பிகிராரோ அதுவே பெண்விடுதலை
என்று அடங்கும் பெண்களின் அந்த அவலக் குரல்
அனைத்தும் குற்றம் பெண்களை தவறாக பார்ப்பதும் குற்றம்
அதற்கும் வர வேண்டும் இங்கே ஓர் சட்டம்
அன்று உருவாகும் நம் சமுதாயத்தில் மாற்றம்
ஆனால் கடைசியில் கிடைப்பது ஏமாற்றம்
அன்று பாரதி கனவு
இன்று களவு போனது
இது வெறும் எழுத்துக்கள் அல்ல
பாதிக்கப்பட்ட பெண்களின்
கண்ணீரில் எழுதப்பட்ட வரிகள்

Kaarthikvel V.S

ஏன் படைத்தாய் என்னிறையே

அறிவிலானுக்கு கண்ணுமில்லை..

ஆறு வயதா? கவலையில்லை...

அறுபது வயதா? கவலையில்லை...

பேதையா? கவலையில்லை...

பேரிளம்பெண்ணா? கவலையில்லை....

மாணவியா? கவலையில்லை...

பணி செல் பாங்கியா? கவலையில்லை...

ஆண்மகனா? அதுவும் கவலையில்லை

யாரைக் காணினும் கவலையில்லை...

எனக் கூறி புலன்பசி தீர்ப்பவன் மனிதனேயில்லை...

புண்பட்ட போது சிரிப்பவன் பாவியில்லை...

புண்படுத்தி சிரிப்பவன் பாவிக்கு

குறைவானவனில்லை...

பாவம் நிறைந்த உலகில் புண்ணியத்தை

ஏன் படைத்தாய் என்னிறையே!

மாதவன் கந்தசாமி

ஒரு பெண்ணாய் என் வாழ்க்கை

பலர் வாழ்வின் பெரும்பங்கை
அன்பால் அலங்கரிக்க அவதரித்தேன்,
மகாலட்சுமியாய் சுற்றம் எனை பாவிக்க மகிழ்வாய்
வளர்ந்தேன்
பல கனவுகளை சுமந்து சமுதாயம் எனும் வாசலில்
நுழைந்தேன்,
சக உயிராய் அல்லாது வெறும் சதையாய்
கண்ட பல நூறு பார்வைகளால் தினந்தினம் எரிந்தேன்,
சிறு இச்சைக்காக என் உடல்
உரசப்படுவதைக் கண்டு அறுவறுத்தேன்,
வறுமைக்காக முதலாளியின் சீண்டல்களையும்
சகித்து பணி புரிந்தேன்,
சமூக வலைத்தளங்களில் தவறான
புகைப்படங்கள் காட்டி மிரட்டப்பட்டேன்,
இரையை தேடிய கொடூர விலங்குகளிடம் மானாய்
அகப்பட்டேன்,
பிடியலிருந்து விலக முழு பலத்தை பிரயோகித்துப்
போராடினேன்,
மென்மையாய் படைக்கப்பட்ட பாவத்தினால்
மன்றாடினேன்,
வன்முறை எனும் ஆயுதத்தால் சிதைக்கப்பட்டேன்,
பின் பயன் முடிந்த குப்பையாய் வீசப்பட்டேன்.

ஞா.மணிகண்டன்

கசங்கிய மலர்களே

எப்படி சொல்வேன்...?
என் அலங்கோலமிக்க நாட்களை..
என்ன ஏதென்று தெரியா நிலைக்குள்
கொடூரத்தின் உச்சமயாய்,
வேட்டையாடிய மிருகங்களின் காட்டுக்குள்ளேதான்
இன்னும் வாசமிக்கிறேன் என்பதை..
நம்பிக்கையில்லா முகங்கள் யாரையும் ஏற்காத
இருதயம்....
சபக்கூட்டில் போராடிய களைப்பு,
ஓயாமல் துரத்திய மரணித்த நிமிடங்களை
மூச்சிமுட்டிய,
என் கருப்புநாளை இன்று நினைத்தாலும்,
என் சதை நரம்புகள் பயந்து நடுங்கிய
கோரதாண்டவத்தை...
எதிர்த்து போராட வக்கற்று போன
என் பெண்ணியம் தோற்றுத்தான்
போனது ஆனின் அடிமைத்தனத்தில்.....
கசங்கிய தேவதைகளை நீயேதான்
படைத்தாய் இப்படி இரசிக்கத்தான் வித்திட்டாயா.?
என் மலர்களை.....
பாவப்பட்ட இறைவனே உனக்கேன் ஆலயங்கள்
இனி...!!

சந்தியா

கருணையற்ற நீதி வேண்டும்

பெண்மையின் வலிமையாம்!

தாய்மையை போற்றும் ஆண்களும் உண்டு

தன்னை பெற்றவளும் பெண் என மறந்து

பெண்மையின் தூய்மையை உருகுலைக்கும் மிருகமும்
உண்டு

வயதிற்கு வந்தவள் கன்னிகையாம்!

காப்பது கடமையென காலம் காலமாய்...

கலியுக காலமாம் பெண் குழந்தை பிறந்ததில் இருந்து

காக்க வேண்டும் நாட்டின் உடமையென!

பச்சிளம் குழந்தைகளும் இன்று

பசிக்கு இறையாகும் நிலைமையென!

வெறிநாய்களின் வேட்டைக்கு பொறையாகும்
கொடுமையென!

பாலியல் குற்றங்களுக்கு முடிவு வேண்டும்

பெண்மையின் நிழலை தொட்டாலும்

கற்பை அழிக்க நினைத்தவனை கழுத்தறுத்த
முண்டமாய்

புனிதத்தின் உருவமாய் பெண்மையின் காலில் வீச

கருணையற்ற நீதி வேண்டும்!!

ஸ்ருதி

கசக்கப்பட்ட பூக்கள்

பால் மனம் மாறா வயது..

பிஞ்சு முகம்.....

குழந்தை மனசு....

எப்படியடா உங்களுக்கெல்லாம்

மனசு வருது..

பெண்களுக்குதான் இந்த நிலைமை என்றால்....

குழந்தைகளையும் விட்டுவைக்க வில்லையா?

கல் நெஞ்சம் கொண்ட அரக்கர்கள்...

காமம் கண்களை மறைக்க....

அது இதயத்தை கிழிக்க...

ஒரு சில அசிங்கங்கள் செய்யும் கேவலமான

செயலால்.....

ஒட்டுமொத்த ஆண் இனத்திற்கே....

கெட்ட பெயர் எழும் அவலம்.....

அப்படி அந்த பிஞ்சு உடம்பில் என்ன சுகம் கண்டீர்..

சிந்து குமார்

காமமும் சாதலும்

காமத்தால் வரும் பிரச்சினைகளை கண்டு

நானும் கடவுளிடம் கேட்டது உண்டு!

காமமில்லாத ஒருலகை எவர்க்கும் தந்தால் என்ன?

கடவுளும் சொன்னது உண்டு!

காமமென்பது ஒன்று இல்லையெனில் இவ்வுலகில்

நீயே இல்லையடா மடையா! - என்பதை

நானும் அறிந்தேன் பின்பு உணர்ந்தேன்.

காமமென்பது ஒன்றில்லை என்றால் இவ்வுலகில்

நீயுமில்லை நானுமில்லை ஏன் யாருமில்லை!

மீண்டும் கடவுளிடம் நானும் கேட்டதுண்டு!

காமம் வேண்டும் காமக்கொடூரன் வேண்டாம்!

காமம் வேண்டும் காமத்தின்த்தீராத பசிவேண்டாம்!

காமம் வேண்டும் காதலும் வேண்டும்!

இரா.சுபாஷினி

காமமும் ஒரு கல்வியே

ஆபாசம் ஆபாசம் என்றே ஆழ்மனதில்

காமத்தை தூண்டினர்...

பார்ப்பவை யாவும் கற்பதற்க்கே என்ற

எண்ணத்தை மறக்கடித்தனர்...

சிற்றின்பம் பேரின்பம் என இல்லாமல்

சிந்திக்க கற்றுக்கொடுங்கள்...

அறிவுக்கல்வியை தாண்டி மாணவர்களின் அடிப்படை

கல்வியை கற்றுக்கொடுங்கள்...

ஏடுகள் மட்டுமே கல்வியல்ல எஞ்சியிருக்கும்

வாழ்க்கையை கற்றுக்கொடுங்கள்...

காமம் எனும் சொல்லை கல்வியில்

சேர்க்க முயற்சியுங்கள்...

சூரியன் இருந்தால் மட்டுமே மகரந்தசேர்க்கை

என்றுணர்த்திய நீங்கள்

ஆண் பெண் இருவரிருந்தால் மட்டுமே

இல்லறமென உணர்த்துங்கள்...

முறையற்ற கல்வி என்றும் முட்டாள்களை

உருவாக்கும் வழித்தடம்...

வெ.நந்தகிருஷ்ணா

குழந்தை பாலியல்

ஆட்டை கண்ட ஓநாய் போல்......

மார்கழியில் சிக்கிய பெண் நான்......

இலகான மெட்டில் காயம் பட்ட பூப்போலக்......

நான் கணி அல்ல பிஞ்சு என்றும் - தெரிந்து

காயப்படுத்திய கயவர்களை கண்டேன்.....

என் விதியை நினைத்து ஆண்டவனிடம்

கேட்டேன்.......

ஏன் இந்த விசப் பரிட்சை என்று.......

ஊடகங்களில் பகிரப்பட்ட நான்......

என்னை உறக்கமின்றி தவிக்க வைத்தவன் யார்.....

ஆபாசம் வார்த்தைகளில் இல்லை.....

மனதில் இருக்கிறது என்று தெரிந்து கொள்வது

எப்போது........

வருடங்கள் ஓடின வடுக்கள் மட்டும் நிற்கின்றனர்.....

முகத்திரையை நம்பி அகத்திரையை காணாமல்

விட்டேன்....

மூழ்காத என் இரவில் தேய்பிறை போல் நானும்

தேய்கிறேன்.....

உங்கள் செல்வா

சாதி பூ

பஞ்சவர்ணக்கிளியாய் சிறகை விரித்துப் பறந்தேன்
'தலித்' என்று அவை கட்டப்பட்டன!
வறுமையின்பிடியில் பாடங்களை விரும்பி கற்றேன்
என்றுமே முதலிடம், மகிழ்ந்தாள் என் தாய்!!
'பருவம்' அடைந்தேன்! கலங்கினாள் என்தாய்,
அன்றுநான் அறியவில்லை
வெறியுடன் வேட்டையாடும்
ஓநாய் கூட்டத்திற்கு இரையாவேன் என்று!
காமம்முற்றிய மூடர்களால்
சிதைந்தது என்கற்பும்,
மறைந்தது என் மானமும்,
விண்ணைதொட எண்ணிய என்கனவுகளும்!
ஏன் இந்த அவலமென்று வலியுடன் கதற,
கூட்டத்தில் ஒர்கூரல் - "நீ தலித்"!!

ஆ.ச.மஞ்சு பார்கவி

சிறுஉயிர் சிதறல்கள்

நிமிர்ந்த நடை கொண்டவள்,

நயவார்த்தைப் பேசும் சில கபடவான்களை,

குணமறிந்து கண்டறிவாள் - ஆனால்

சிதைத்திடும் செயல்களைச்செய்து,

சிறுஉயிர்யென்றும் பாராமல்...

சலுகைகொள்ளும் ஓநாய்களும்..

பலமுகமாய் வலம்வருகிறார்கள்...

நிழல்அறிந்த நிதிதாயே - இவர்கள்

நிஜம்அறிந்து

எறித்திடுவாய்!

மண்ணில் விதைத்தல்லா,

இச்சிந்தைஎழூா காட்டுதீயாய்!

தமிழ் பிரியா

சொந்தமெனினும் ஆண்பிள்ளை அவன்...

கள்ளிப்பால் விடுத்து காமத்துப்பால் தொடர்கிறது...

ஆண், பெண் பேதமே அறியா வயதில்

தனது தமையனின் வெறியினில் அழிகிறாள்...

காமம் என்ற வார்த்தையினையே கேட்கா நிலையில்

ஆசானின் இச்சையினில் கதறுகிறாள்...

அனைத்தும் அறிந்த வயதினில்

தந்தையிடமே நிலையிழந்து கிடக்கிறாள்...

வெளியாட்களை நம்பாதே மாறி தன்வீட்டு

ஆண் பிள்ளையையே நம்பாத

என சொல்லித்தரும் நிலை...

பெண் பிள்ளையை வீட்டோடு

பூட்டி வைத்த நிலை போய்

அவளே அடைந்து கிடக்கிறாள்

மனநிலை குன்றி ஆணவனின்

ஐந்து நிமிட வெறியினில்...

Abinaya sparklee

தெரியாமல் வாழும் பெண்

தெருவில் விளையாடும் பெண் குழந்தைக்கு

விபரம் தெரியாது,

பள்ளி படிக்கும் பெண் பிள்ளைக்கு

கற்புத் தெரியாது,

வாலிபம் அடையும் பெண் பிள்ளைக்கு

வளர்ச்சி தெரியாது,

கல்லூரி செல்லும் பெண் பிள்ளைக்கு

தன்னை காத்துக் கொள்ள தெரியாது,

திருமணம் ஆன பெண்பிள்ளைக்கு

புரிதல் தெரியாது,

வேலைக்கு செல்லும் பெண் பிள்ளைக்கு

சுற்றம் தெரியாது,

என தெரியாமலே வாழும்

பெண் பிறப்புகள் தேடப்படுகின்றன,

கொடூர அரக்கன் தன் உணர்வு பசியினை

போக்கி பெண்ணின் வாழ்க்கையை சீரழிக்க......

நாமக்கல் செந்தில்...

தொலையும் ஒரு கணம்

உன்னோடு உறைய வேண்டும்

சிம்லா குளிரில் ஒரு நிமிடம்....

உந்தன் பெயர் உரைக்க வேண்டும்

உலகத்தின் உச்சத்தில் நின்று ஒரு நிமிடம்....

காற்றோடு பறந்திட வேண்டும்

உன்னோடு ஒரு நிமிடம்....

அலைகளின் அசைவுகளில் விரல் பிடித்து

கடத்திட வேண்டும் ஒரு நிமிடம்...

முழுதும் நனைத்த மழையில் காதல் மொழி

பேசிட வேண்டும் உன்னோடு ஒரு நிமிடம்......

ஒரே வண்ண உடை அணிந்து உந்தன்

தோள் சாய்ந்து நகர்ந்திட வேண்டும் ஒரு நிமிடம்.

உந்தன் விழிகள் தேடிடும் ஒரே பெண்ணாய்

நான் மட்டும் இருந்திட வேண்டும் ஒரு நிமிடம்..

இத்தனை நிமிடங்களையும் வாழ்ந்து விட வேண்டும்

உன்னோடு ஒரு நிமிடம்.

Keerthana K

பயம் என்னைத் துரத்துதே...

பட்டாம் பூச்சியாய்

பறக்க ஆசையில்லை

பாதுகாப்பாய் நான்

பள்ளி செல்ல வேண்டும்

பள்ளியிலும் எனக்குப்

பாதுகாப்பு வேண்டும்

பாசமாய் அழைத்தான்

பக்கத்து வீட்டுக்காரன்

அண்ணா என்றே சென்றேன்

பலாத்காரம் செய்தான்

பந்தமும் பாசமும் பாசாங்காய் போனதே...

பயம் என்னை எப்பொழுதும் துரத்துதே...

ஷர்மிளா மதுரை

பருவ கரு

வயது வரம்பு பாராத கல்நெஞ்சனே...

பெண்ணின் விலா

எலும்பு உடையும்

அளவிற்கு வலி உணரமுடியுமா உன்னால்!

பச்சிளமும், பருவபெண்ணிடமும்

ஏதும் அறியா

உலகிலே உணர்ச்சி

கொடூர வெறியை

கொட்டி தீர்த்து,

மேனியை மோகம் ஈர்த்து

பருவத்தை பதம் பார்த்து

ஆடையை அவமானப்படுத்தி,

சிலையாக சீரழித்து அணுவை சிதறடித்து

உச்சி முதல் பாதம் சிதைத்து,

மங்கையின் மகத்துவத்தை

மண்ணில் புதைத்து

மலர விடாமல் கொல்லுகிறாயே...

மு. முஹம்மது உமைர்

பாலியல் குற்றங்கள்

பெண்ணை மறந்தவன் தன்னை மறந்தவன்

பெண்னை மறந்தவன் உண்மையை மறந்தவன்

மறந்து செயல்படும் செயல் இதுவோ

எதிர் பாலினத்தின்மேல் ஏன் இந்த வெறி

வலிகள் மேல் வலிகள் செய்கிறாய் நீ

வலியினால் வலிமை பெருபவள் அவள்

எண்ணில் அடங்காத வலிகள் அவளுக்கு

எதற்கும் அடங்காத வெறி உனக்கு

நன்மைக்கு கூடாத கூட்டம்

நாச வேலைக்கு கூடுகிறது

பிறப்புக்கு மட்டும் தான் அந்த உறுப்பு

அதை புறக்கணிக்கும் பாலினம் அல்லவோ

நீ விட்டுசெல் விடலாமா

பின் தொடர அவள் போல் அல்ல

தீ போல் ஆகிவிட்டால்

Nesamani Kandan

பாலியல் குற்றங்கள்

அன்புள்ள ஆண்களுக்கு,
        போக்ஸோ, இ. பீ. கோ 375, 376...
        தெரியாதவர்கள் தெரிந்து கொள்ளுங்கள்!
        பாலியல் குற்றங்கள் - என்னத்தை
எழுதுவேன்...
        கவிதைகளுக்கு ஏ - சென்சார்
வேண்டாமே!
        சரி! என்னமோ நடக்கட்டும் கடவுளே!
        ஒரு நாள் மட்டும் உலகத்தை
மாற்றிவிடுங்கள்!
        பெண்களின் உடலில் ஆண்கள்
திரியட்டும்...
வாழ்த்துக்கள் ஆண்களே!
        இந்த சமாச்சாரத்தில் மட்டும் உமக்கு
        சாதி, மதம், இனம் தெரியவில்லையோ?
        உம் வீட்டு பெண்டிரும் வீடு திரும்பி
விட்டனரோ?
பெண்களே! தெரிந்து கொள்ளுங்கள்!
        அசிங்கத்தை மிதித்த காலணி தூக்கி
எறியப்படும்
        சிலரால் கழுவப்பட்டு மீண்டும்
பயன்படுத்தவும் கூடும்...

                        வே. அஜய் பிரசாந்த்.

பாலியல் குற்றங்கள்

பூக்கும் மலர்களை பறிக்க நினைத்தால்

காய்கள் காய்க்காது

கனிகள் கனியாது.

புன்னகைக்கும் மலர்களை

பார்த்து மகிழ்ந்திடு

ஆச்சர்யத்தில் ஆழ்ந்திடு

பறிக்க நினைக்காதே.

சாக்லேட்டிற்கு ஆசைப்பட்டு

சக்தியற்று அலறும் அவலங்கள் இங்கே

காமன் என்றால் கூட காமத்தின்

கற்பு போய்விடும்

பேயே உன்னை இரண்டு கால்

விலங்கென்பேன் நான்.

நான்கு கால் விலங்குகள் மேல்

இரண்டு கால் விலங்கின் இதயமும் இரும்பா.

உறவுகள் கூட உயிர்கொள்ளும் தீயா

சில நண்பர்கள் கூட நாடி நிறுத்தும் பேயா.

மூடனே உணர்ச்சிகளை கையாளும்

பக்குவம் கொள் பாவம் செய்யாதே.

மு.விஜி

பாலியல் குற்றங்கள்

பாலுண்ணும் பச்சிளம் பிஞ்சும்

பாலியல் இச்சைக்கு பலியாகிறது!

காதல் வலை விரித்து கற்பை

சூறையாடுகின்றன சில அர்ப்பதர்கள்!

கனவுகள் தாங்கி லட்சியத்தை அடையப்

போராடும் எம்சகோதரிகள்

வெறிபிடித்த மிருகங்களால் வேட்டையாடப்பட்டு

வீதியில் வீசப்படுகின்றனர்!

உடலோடு உணர்வுகளும் சிதைக்கப்பட்டன!

கனவுகளும் வதைக்கப்பட்டன!

பெற்றோரின் வளர்ப்பும் சமூகத்தின் நடப்பும்

பிழையானதால் இதயத்தில் ஈரம் இல்லாமல்போனது!

நிதிக்கு நீதி விற்கப்படுவதால்

மனிதாபிமானம் மண்ணாய்ப்போனது!

குற்றங்கள் தொடர்கதையானது!

மூ.பிரபாதேவி

பாலியல் குற்றங்கள்

சுற்றத்திலே துணையின்றி பெண்கள்

நடைபோடும் காலம் வந்திடுமோ

ஆடி விளையாடும் பிஞ்சு மனங்கள்

தன் வாழ்வின் சுதந்திரம் தொலைத்தேனோ

சிறுவயதில் பாடக்கல்வி கற்பதோடு

கற்பை காக்கும் கல்வியும்

கற்கும் நிலை ஏன் வந்தது

அன்பை உயிர்ப்பித்து தரும்

தெய்வமகளுக்கு ஏன் இந்த அநீதி

கொடுமையான நஞ்சின் விதையை

நெஞ்சிலே சுமப்பவர்க்கு மத்தியில்

பல கனவுகளோடு விரிக்கும்

அவளின் சிறகு பறந்திடுமா

கீர்த்தனா

பாரதப் பெண்ணே

ஓ பெண்ணே! பாரதப் பெண்ணே!!

நீ இப்பூமியில் பிறந்தது பெண் எனும் பெருமையுடன்

வாழ்வதற்காகவே...! வீழ்வதற்கல்ல...!!

இன்றைய சமுதாயங்களில் - சில

நயவஞ்சகர்களின் தீயப்பார்வையினால்

உன் ஜனனம் முதல் மரணம் வரையிலும்

எத்தனைத் துன்பங்களைத்தான் சந்திக்கிறாய்

சிறுப்பிள்ளைகள் முதல் பெண்கள் வரையிலும்

பாலினக் கொடுமைகளால் சீரழிவதுமட்டுமின்றி

தன் உயிரையும் இழந்து வருகின்றனர்

சிலக் காம இச்சைகளால் உயிரிழந்தவர்களோ....

மண்ணறையில் அமைதியாக உறங்கிக்

கொண்டிருக்கின்றனர்....

உயிருடன் இருக்கும் நாம் இவற்றினை என்ன

செய்தோம்?

எப்போது ஓயும் இந்த தீயக் கொடுமைகள்

சிந்தியுங்கள் ஆண்களே..!

பெண்களிடம் கண்ணியம் பேணுங்கள்...!!

சல்வா பர்வீன்

பாலியல் குற்ற எதிர்ப்புக் கவிதை

என் நீதி தேவதை கடவுளே!

பெண்கள் நம் நாட்டின் இரு கண்களாக

இ(ரு)ந்த சமுதாயத்தில் இன்று

அப்பெண்களின் உயிரினும் மேலான

கற்பு சில காமக் கொடூரர்களால்

கொல்லப்படுகிறது

அன்று தில்லியில் நிர்பயா!

இன்று நினைவு தெரியாத இளம்பிள்ளை -

என நாளுக்குநாள் காமவெறி பிடித்த

காட்டுமிராண்டிகளால் குற்றம் நீண்டு

கொண்டே தான் செல்கிறது!

பெண்களை காட்சிப் பொருளாகவும்

கவர்ச்சி பொருளாகவும்

நினைத்து கைக்கொள்ள நினைக்கின்ற

இதய மற்ற இரத்தக்காட்டேரிகளை

நீ சூரியனாக சுட்டெரித்து பொசுக்கிவிடு கடவுளே.!!

பா.நிரோஷ்

பாவக் கணக்கு

பெண்ணாசை கொண்டவன் பிணமாகும் முன்னே..

பாடையில் சென்றது பாவைகள் பலரது கற்பு!!

தாயவள் பாலூட்டி வளர்த்தது மனிதனைத் தானே?

அவன் காம அசுரனானது ஏனோ!?

குரூர அரக்கன்..!

அலங்கோலத்தை அனுபவிக்கிறான்

அப்பாவி பெண் என்றும் பாராமல்..

குருதிகோலத்தில் அழுது அலறியும்

கதியற்று நிற்கிறாள் தன்னைக்

காத்திட அறியாமல்..

அநீதி இழைப்பவன் நிதி நீட்டினால்

நீதி விலை போகும் நாடு இது!!

பாழ்படுத்தியவனுக்கு இரக்கம் காட்டி

பேதைக்கு இழப்பீடு வழங்கி

பெண் வாழ்வுக்கு சிதைமூட்டும்

சுடுகாடு இது!!

Gopika Chellamuthu

பாவம் பெண்

பிறந்து அவள் வளர்வதற்குள்

பெறும் பாடம் பெரும் பாடே!

காலம் அது சுழன்று முடிப்பதற்குள்

அவள் காண்பதெல்லாம் வலி

தாங்கிய வாழ்க்கை சுவடுகளே...

சாதாரண உடல் உறுப்புகள் தான்

ஏனோ பிறர் கண்களை

உறுத்தும் பொருளானதே...

அவள் காண்பித்தால் நான் பார்த்தேன்

இது சரியென்றால் ஐந்து வயது குழந்தை

சிரிப்பில் கூடவா காமம் தெரிகிறது

ஆதாரமே அவள் என்று ஆன பின்பு

எப்படியோ அடிமையானாளே ஆண்களின் முன்பு

தொடுவதற்கு ஒருவனுக்கு தைரியம் வருகிறதென்றால்

அவனை சுடுவதற்கும் சட்டம் வந்தாலென்ன

அவனைப் பெற்றவள் சுமந்த பாவங்கள்.....

Venkadesh Kumar

பாலியல் வன்கொடுமையில் சமூகம்.

தாயின் அன்பிலும்,

தந்தையின்அரவணைப்பிலும்,

சகோதரர்களின் பாதுகாப்பிலும்,

உறவினர்களின் துணையிலும்,

சுற்றத்தாரின் கண்காணிப்பிலும்,

வளரும் ஒவ்வொரு குழந்தையும் வளர்ந்த பின்,

ஏதாவதொரு சூழலில்

தன்னவர்கள் என்று நம்பியவர்கள் மூலமாகவோ,

தெரியாத நபர்கள் மூலமாகவோ,

தவறான பார்வை மற்றும்

தொடுதல் மூலமாகவோ,

வன்கொடுமைக்கு ஆளாக்கி – நிற்க

வைப்பதே இந்த சமூகம்!

தமிழழமை

பிணம் தின்னி கழுகுகள்

அத்தனையும் மறைத்தாலும் அரை நிர்வாணமென

அறைக்கு அழைக்கும் ஊர் இது

மற்றவளென தீண்டும் விரல்கள்

போக போக பெற்றவளை விட்டிடுமோ,

ஆசையை தூண்டியது எம் ஆடைகள் அல்ல

எவள் கிடைப்பாள் என அலைபாயும் உன் போதையில்

உடை கிழித்து ஊடுருவியது போதாமல்

உயிர் கிழித்து உண்டு கழித்த

மிருகங்கள் எத்தனைக்கு பறவை சுதந்திரம்

உணவானவளுக்கு வலிகள் மட்டுமே நிரந்தரம்

பிணம் தின்னி கழுகுகளாய்

பின் அலையும் மூடர் கூடமே

உன் ஆண்மை பெண்ணை

அழிப்பதில் இல்லை என உணர்வது எப்போது?

பெண் நிம்மதியில் திளைப்பது எப்போது?

ஞாழல்

பூக்களை பறிக்காதீர்

செடி பூப்பூக்கும் முன்பே வேரோடு எடுக்கப்பட்டது
தீபம் எரியும் முன்பே நீரூற்றி அணைக்கப்பட்டது
நதியும் கடலை அடையும் முன்பே
கலங்கமாக்கப்பட்டது
மானங்கெட்ட கயவர்களின் கைப்பாவையாய்
காதல் பெயரில் காயமாக்கினான்
நண்பன் பெயரில் நாசமாகினான்
உறவின் பெயரில் இரணமாக்கினான் இவர்களை
நீதியின் தழலிலே தவிப்பது எப்போது?
சட்டத்தின் பிடியில் அடைப்பது எப்போது?
போதும்! இப்போது பெண்ணே
உன்னிரு கண்களை கனலாக்கு
பத்து விரல்களை பாயும் கணையாக்கு
வாழ்க்கை தேரிலே அரசியான நீ
சின்னஞ்சிறு ஈசல்களை கண்டு அஞ்சி விடாதே
பூலோகத்து தேவதைகள் பெண்கள்
அவர்களை தொழ வேண்டாம்
தொடாமல் இருந்தாலே நலம்
வாழு! வாழ விடு!!

ம.கோ.மதன்

பெண்ணே உலகம்

பெண்கள் என்றால் ஏளனமா? தினம்

பெண் பிறப்பே என்றும் அழியனுமா?

உன்னையும் உருவாக்கிய பெண்தானே

இவ்வுலகையும் நாளும் உருவாக்குகிறாள்

பாலூட்டி, தாலாட்டி வளர்த்த தாயை

பாலின இச்சை கொண்டு ஏன் பார்க்கிறாய்

தாயை அழித்து, சிதைத்து கொல்கிறாயே

உலகையே சேர்த்து அழிக்கிறாய் புரிகிறதா.

செத்து செத்து பிழைக்கும் பெண்ணினமே

பிழைப்பது உன்னையும், மண்ணையும் காத்திடவே

தாயும், மகளும் இல்லாத உலகினை நினைப்பாயா

வெறும் பிணக்கிடங்குதான் எங்கும் பார்ப்பாயே

பெண்ணே உலகம், பெண்ணே ஆதிஅந்தமடா

அவர்களை போற்றி மதித்து வாழ வேண்டுமடா

பெண்னை பொன்னாக நினைத்து பாதுகாத்திடடா

உலக அரங்கில் உன் புகழ் பறக்கும் மானுடா.

ஸ்ரீ. ஸ்ரீகா

பெண்ணே நீ எழுவாய்

பெண்ணே நீ எழுவாய்!

பல பாரதம் போற்றவும் நீ திகழ்வாய்!

பெண்ணே! நீ சிறகுகள் விரிப்பாய்!

பல சிகரத்தையும் தொடுவாய்!

பெண்ணே! உன் ஆசைகளை திறவாய்!

பல தீய உறவுகளையும் வெல்வாய்!

பெண்ணே! சில காம இச்சைகளால்

நீ சில நிமிடம் உன்

மரண வாசலையும் தொடுவாய்!

போதும் பெண்ணே நீ பொறுத்தது!

உன் மரண வாசலையும் தொட்டது!

காம இச்சைக்காக உன்

உடலையும் பொசித்தது!

பெண்ணே! நீ எழுவாய்!

பெண்ணாக உன் உயிரையும்

நீயே காப்பாய்!

பெண்ணே! நீ எழுவாய்!

Sabeena Bahurudeen

பெண் பட்டாம்பூச்சி

தாயிற்க்கு மட்டும்தான்

மரியாதை என்றார்கள்...

புழுவைக் கொன்று

பட்டாம்பூச்சி தேடுவதா?...

மகளாக பிறந்து

தங்கையாக வளர்ந்து

மனைவியாக மாறி

தாயாக உருவெடுப்பவள்

பொதுவான பெயரால்

அழிக்கப்படுவது சரியா?

கட்டுப்படுத்திக் காட்டாமல்

காப்பாற்றியும் உணரவைப்போம்

நம் ஆண்மையை!

பெண்களைப் போற்றி

பேனாக்களால் மட்டுமின்றி

செயல்களிலும் செய்வோம்.....

பா.பரதன்

பெண்ணின் மாண்பு

பொன்னை போற்றும் ஜெகத்தீரே

பெண்ணின் மதிப்பை மறந்தீரோ

பொன்னைக் காக்கும் விதம் போல

பெண்ணைக் காக்க மறந்தோமே

பெண்ணின் சுதந்திரம் என்பது

நாட்டை பெருமைப்பட வைப்பது

பண்பாட்டை மீட்டுக் காப்பது

பெண்ணின் கையில் உள்ளது

ஆணும் பெண்ணும் சமம் என்றே

பெண்ணடிமைத்தனத்தை ஒழிப்போமே

பெண்ணுக்கு அழகுகெல்லாம் என்றும்

அடக்கமும் பணிவும் ஆவது

பெண்ணின் மாண்பு காப்பது

தனிமனிதன் கடமையிலும் உள்ளது

தாங்கும் தன்மை பெண் என்றே

பூமாதேவியை புகழ்கின்றோம்

சக்தி அம்சம் பெண்தானே

என்று ஜெகம் முழுவதும் உரைப்போமே

இரா. புவியரசன்

பெண்ணே உந்தன் நீதி

இரத்தங்களை பாலாக்கி

தாய் அவள் உயிர் தந்தபாகங்களில்

இன்று இச்சை கொள்ளும்

மானிடன் மன்னிக்கவும்...

மானங் கெட்ட பிறவி...

கழுத்தின் கீழும்

தொடையின் இடுக்கிலுமே சுகம் என்னும்

ஈனப் பிறவி..

பெண்ணே!!

இவன் பூமி தாயிற்கு பாரமே

பாரபட்சம் பார்க்காதே எரித்து விடு...

உன் உடல் தொடும் முன்

அவன் பிறப்பு உறுப்பை

அரிந்து விடு...

இன்று நீ...

நாளை இன்னொருவள்...

இறுதி வரை

உன் ஆடையை மட்டுமே காரணம் காட்டும்

சரண்யா தேவி குமரவேல்

பெண்ணியல்

அறிவியல் முன்னேற்றம் என்ன,
ஆண்டுகள் பல உருண்டோடி என்ன,
எத்தனை பாரதி வந்தாலும் வளையா வில்லாய்
இச்சமூகம் ...
பெண்ணடிமை மறைந்ததே தவிர இன்னும் ஒழிந்து
போகவில்லை நெஞ்சை நிமிர்த்தி நிற்கும்
கொடுமை,பெண்ணடிமை.
சுதந்திரம் கொடுத்தோம் என்று சொல்லி
பாலியல் பலாத்காரம் செய்வதுதான் பெண் சுதந்திரமா?
பச்சிளங்குழந்தை செய்த குற்றம் தான் என்ன?
பெண்ணாய் பிறந்தது தான் என்றால்
கள்ளிபால் கொடுக்கும் பழக்கத்தை வழக்கமாக்குங்கள்.
விளையாட்டு முதல் விண்வெளி வரை
விரைந்து விரிந்த இப்பூமியில் இன்னும் இல்லை
சுதந்திரம்
இறைவனே ஒன்று மட்டும் இறுதியாக
முன் வைக்கிறேன் பெண்களுக்கு
கற்பை படைத்த நீ ஏன் பாரபட்சம்
பார்த்து ஆண்களுக்கு படைக்கவில்லை?
எங்கள் மீது உள்ள நம்பிக்கையிலா?

தமிழ் காதலி மாளவிகா ராசேந்திரன்

பெற்றோர்களின் குமுறல்

இரு மனங்கள் ஒன்றாகி,

உடல்கள் இணைந்து

விதைத்த விதைகள்

செடியாக உருவாகி

உலகில் நடமாடுகிறார்கள்.

தங்கங்களைப் பெற்ற மனங்கள்

தவித்துக்கொண்டு இருக்கிறது;

அவர்களின் குடும்பத்தினர்களுக்கு

வஞ்சகம் செய்கிறீர்கள்.

அவர்கள் தாமரை மேனிகள்

நீங்கள் செய்வதை எவ்வாறு தாங்கும்?

அந்த பிஞ்சு மேனிகள்

பால் மனம் கொண்ட

பிஞ்சு நெஞ்சங்களை

சிதைப்பது ஏன்? என்றுதவிக்கும் பெற்றோர்களின்

மனம்.

மு.ஹர்ஷினி

பெண் சமுதாய பார்வை

அந்தரங்க வாழ்க்கை அம்பலம் ஆச்சுது!

நாகரீக கோளாறு நாட்டை ஆட்டுது!

சமுதாயம் சீரழிந்து செல்வது எங்கே!

முறையோடு சேராத மோகம் என்ன!

முறையின்றி வாழ்ந்து லாபம் என்ன!

சிறையின் வாழ்வோ சிறிது காலம்!

முறையின் வாழ்வோ முடிந்து போகும்!

கறை கொண்ட வாழ்வு வாழணுமா!

நெறி கொண்ட வாழ்வு மாறணுமா

பெண்ணை தெய்வமென போற்றும் நாட்டில்;

மோகப் பொருளாக பார்ப்பது என்ன!

குற்றம் என்று அறிந்த பின்னும்!

அச்சம் இன்றி அலைவது என்ன!

வெட்கம் கெட்ட இந்த வாழ்க்கை!

இனியும் நமக்கு தேவையில்லை

திருநெல்வேலி Sk சதிஸ்

மனித மிருகங்கள்

பாலர் பாடசாலையிலும்

பாவிகள் பார்வை விட்டு வைக்கவில்லை

ஆரம்ப பள்ளி ஆனந்தம் என்றேன்

ஆசிரியர் எனும் அரக்கனால் ஆடை கிழிந்தேன்

மேல்நிலைப் பள்ளியில் ஆவது

மேதாவிகள் இருப்போர் என நினைத்தேன் ஆனால்

மேய்கிற மிருகங்கள் மேல் என

நினைக்க வைத்தார்கள் கயவர் கூட்டம்

பிஞ்சுவின் பிறப்பு உறுப்பை

பார்க்கும் பிராணிகளே

நீயும் பிறந்த இடம் அது

என்பதை அறிய மறுக்கிராய்

பெற்ற மகள்களை போல

மற்ற மகள்களை பார்க்க மறுக்கிராயே மானுடா

நீ மனித இனத்தின் மாமிசம் நுகரும் மிருகம்

அல்லவா?

என்று திருந்தும் இம்மானுடம்?

இளையோன் முத்து

மங்கையரே கேள்

மங்கையரே கேள்!

எது மாதவம்! எதற்கு மாதவம்!

பூப்பெய்யும்முன் பூவைப்போல்

கசக்கியெரியும் குரங்குகள் மத்தியில்!

உயிர்கொடுக்கும் உன்னுயிர்மூலத்தை

சிதைக்கும் சீவன்களுக்கு மத்தியில்!

அண்ணனென்ற பின்னும்

பாதுகாக்கா பாதகர்கள் மத்தியில்!

நட்பென நம்பிக்கைதரும்

நயவஞ்ச நரகர் மத்தியில்!

காமஇச்சைக்காய் கழுத்தறுத்து

வீசும் கயவர்கள் மத்தியில்!

மூர்ச்சையாக்கி முதுகெலும்புடைக்கும்

மூர்க்க மிருகங்கள் மத்தியில்!

அருவறுக்கிறோம் கயவர்களே,

உங்கள் கருவறுக்க இயலாமையில்!

கருவிலேயே அழித்துவிடுவோம்

பிறப்பது இத்தகையதென அறிந்தால்!

ரூபிணி சோமசுந்தரம்

மனதை சுத்தம் செய் மனிதா!

குற்றம் சொல்லும் கூட்டம் ஒன்று

குட்டை ஆடையால் கற்பழிப் பென்றது;

"எனக்கும் நிகழ்ந்ததேன்? "என கூட்டப்

பேரவையில் கொடுமையை சுட்டி காட்டினாள்

பர்தா போர்த்திய பெண் ஒருத்தி!

ஈர்க்கும் அழகு பெண்ணின் வாலிபம்;

அவ்வீர்ப்புக்கு இணங்குவது ஆணின் வாலிபம்;

அதன் வெளிப்பாடே பாலியல் வன்கொடுமை

எனப் பொய்க்காரணம் கூறும் சமூகச்சுமைகளே,

வாய் பேசாத ஒன்றரை வயதிடம்

எந்த வாலிபம் ஈர்த்ததாம் இவ்வெரியர்களை?

உறவுகளின் உன்னதம் புரிந்தால் - ஒரு

பெண்ணின் கண்ணில் தாய்மை தெரிந்தால்

மண்ணில் வன்கொடுமைகளின் வக்ரம் தீரும்

மனதை சுத்தம் செய் மனிதா!

மு.சந்தியா

மானுடரின் மனநிலை

தீண்டாமை என்னும் ஜாதியும் ஒழியவில்லை
கயவர்களின் கண்களும் மாறவில்லை...
ஓடி ஒழிந்தால்தான் பெண்மையைக்
காப்பாற்ற முடியும் என்றால்?
ஒவ்வொரு தினமும் ஓட வேண்டியதே அவசியம்.
இத்தகைய செயலை செய்யும் அவனும்
ஒரு பெண்ணின் வயிற்றில் பிறந்தவன் தானே...
தாயின் வளர்ப்பில் தவறு ஏதும் இல்லை
அவன் பெண்ணை அணுகும் விதத்தில் தான் உள்ளது.
சில ஆண்கள் பெண்ணை போகப்பொருளாக
பார்க்காத வரை எதுவும் மாறாது.
பெண்ணியம் பேசும் பெண்ணை குறை காணாமல்,
பெண்ணியம் பேசேல் என பாதுகாப்பு
கவசமாக ஒவ்வொரு
ஆணும் இருந்தால் போதுமானது.
சில கண்களில் காமம் உள்ளது உன்னை காப்பாற்ற
கடவுளும்
இல்லை காவலும் இல்லை!

Murugan. S

யார் அவன்?

பல அணுவை வீழ்த்தி நுழைந்து

வந்த மங்கை நானோ

இருண்ட கருவறையில் இருந்த எனக்கு

மணவறை கூட செல்ல வழியில்லையே

பழித்து பேசும் மக்களுக்கு இடையிலே

வெறித்து பாக்குற மிருகமே

ஆடையில் குறை சொல்லி அதை வைத்து

எடை போடுறயே எங்களது மானத்தை

அண்ணானு கதறி கூப்பாடு போட்டேன்

ஆனால் காமம் உன்கண்களை கட்டி போட்டது

நீ பசி ஆறிய மார்பில் தான் நானும் பசிஆறினேன்

ஆனால் அதை உன் பசிக்காக சிதைக்கிறாய்

நீ உதைத்தபோதே கரு கலைக்காமல் இருந்த

உன் அம்மாவிற்கு தெரியபோவதில்லை

மலரை சிதைத்த அசுரன் நீதான் என்று.....

மாலதி

யார் குற்றம்?

பாரதி கண்ட புதுமைப்பெண்ணாக

வளர்த்தேன் உன்னை

காந்தி எண்ணிய சுதந்திரப்பெண்ணாக

வளர்த்தேன் உன்னை

எக்கயவனின் காமக்கண்

பட்டதோ உன்மேல்

நான் பெற்ற ஆண்பிள்ளை

நெறி தவறினானோ?

நீ வளர்த்த ஆண்மகன்

வழி தவறினானோ?

சொல்லடி பாரதமாதா

தூக்கி எறியப்பட்டாள்

நம் மகள் நடுரோட்டில்....

க.திவ்யபாரதி

யார் குற்றவாளி?

தேவதைகள் பிறந்த அன்று முதலே
கழுகினத்தின் பார்வையில் சிக்கிக் கொள்கின்றனர்.
அதில் சிக்கியும் தப்பியவர்கள் சிலரே.....
பல மலர்கள் அக்கொடிய கழுகுகளின்
கோர தாண்டவத்தால் பறித்து வீசி எறியப்படுகின்றனர்.
நியாயம் கேட்க சென்றால் அரசும் ஊடகங்களும்
பாதிக்கப்பட்டவர்களை வஞ்சித்து
வசைபாடி அவர்களையே குற்றவாளி என்கிறது.
ஆனால் உண்மையில் குற்றவாளி யார்?
கண்ணியத்துடன் அவனை கண்டித்து
வளர்க்கத் தவறிய அவனின் பெற்றோர்கள்.
தவறை சுட்டிக் காட்டி திருத்தாமல்
அவனுக்கு துணை நின்ற நண்பர்கள்,
ஒருவனை அவமதிக்க அவன் வீட்டுப் பெண்களை
இழிவு படுத்தும் அரக்கர்கள்,
பெண்மையின் புனிதத்தை அவனுக்கு போதிக்க
தவறிய சமூகம்,
ஆனால் தண்டனை அனுபவிப்பதோ
ஓர் பாவமும் அறியாப் பேதை!

ஸ்ரீயின் கிறுக்கல்

யாரின் இறக்கை

கடவுளே தீர்மானிப்பார்...

பறவையின் இறகினை

வட்டத்தின் ஆரம் மையத்தை பொறுத்து

இது வட்டத்திற்கு மட்டுமே.

உலகம் பெண்ணை மையமாக ஏன்?

மன்னிக்கவும் ..பெண்ணை மட்டும் மையமாக ஏன்.

எனவே தான் பாதையில் ஆண் புள்ளியாக

தெரிகிறான்.

இங்கு பெண்மையின் மை

அழுத்தத்தில் சிறகானது பிடுங்கப்பட்டது...

பொய் பேசி, களவு கொண்டு, காமம் பசிக்க, காதல்

தவிர்த்து

இதெல்லாம் என் சிறகின் அலங்காரத்திருக்கு,

பெண்மை கொடுத்த பாராட்டு மடலா??

அன்று என் கழுத்தில் கொடி சுற்றப்பட்டது,

பெண்மை அழுததது..

இன்று பெண்மை அழுதபின் கொடி சுற்றப்படுகிறது!

Navin Thimothi

வற்றா துளிகள்

வெறித்தனம் சிறைக்கொண்டு சிதைக்க,

வெள்ளி மனமது வெதும்பி வெதும்பி அழுக,

கருந்தாடி, வெண்தாடி மனிதனே!

பொதுமக்கள் பொறுப்பினிலே பொறுமையெங்கே?

தோல் மீது செங்கல் ஒன்றும்

கட்டவில்லை, தடுத்து அவளை பாதுகாக்க!

பெற்றோர் யாரும் அவள்பின் போகவில்லை!

நின் நிலைமாறித் தாக்கியதாலே,

துடித்தோம்! துடித்தோம்! துயில் இழந்தோம்!

பிஞ்சி அவள் மேனி பிச்சி எறியபட்டால்,

குரங்கவன் புத்தி வால் அறுந்து ஒழியட்டும்!

நீதி ஒன்று உனக்கு கொடுக்கையில், முறையன்று!

மனம் அது தவறை விற்க முற்பட்டு,

நீயதை வாங்கி வீண் அற்றால்,

குற்றமே! குற்றமே! செயலது குற்றமே!

கலாம் நேசகி அபிதா

வீணைகள் எரிகின்றன நரகத்தில்

வீணைகள் எரிகின்றன பாவிகளின் நரகத்தில்...
மலர்களும் பலரால் பாழாக்கப்படுகின்றது காமத்தீயில்...
பூந்தளிர்களும் பாலியல்
கொடுமைக்குள்ளாகின்றனர் இவ்வுலகத்தில்...
பூவையர்கள் மனம் கலங்குகின்றனர் துயரத்தில்...
பெற்றோர்கள் மனம் பதறுகின்றனர் அச்சத்தில்...
துளியும் ஈரமில்லையே காழுகர்களின் உள்ளத்தில்...
கற்பழித்தே சிதைக்கப்படுகின்றனர்
மழலைகளும் பெண்ணினத்தில்...
மானிடப்பிறவியில் மிருகங்கள்
உலாவுகின்றன இச்சமூகத்தில்...
பெண் இரையாகிறாள் ஆடவர்களின் காமத்தீயில்...
கைக்குழந்தைகளுக்கும் பாதுகாப்பில்லையென்ற
நிலைவுருவானதே இந்நாட்டில்...
தெய்வங்களெல்லாம் கற்சிலையாகவே உள்ளதோ
கோவிலில்...
கற்பழிப்புகள் அதிகம் நடக்கின்றன
வழிபாட்டுதளங்களில்...
அனைத்துமறிந்தும் தடுத்திடயியலாமல்
அமைதியேனோ மானிடரிடத்தில்...

அமுதகவி எகே

வெறும் உறுப்புத்தானே

மானம் முக்கியம் என்று சொல்லி

வளர்த்ததால் என்னவோ,

கற்பு பறிக்கப் பட்டதும்,

அவள் அசிங்கம் ஆகிறாள்,

பரித்தவன் ஆண் என்பதால் தூய்மை ஆகிறானோ?

பிண்டமாக இருந்தால் கூட

நாய்ப்போல் தின்று தீர்க்கும் சில மிருகங்கள்!

அவளின் உறுப்பு

வெறும் உறுப்பு மட்டும்தான்,

உங்களின் சுகம் தீர்க்கும்

கருவி அவள் அல்ல!

பு. ரித்திகா

81

www.ingramcontent.com/pod-product-compliance
Lightning Source LLC
La Vergne TN
LVHW092023190726
843493LV00002B/562